Ang Munting Pulang Inahin at ang mga Butil ng Trigo

The Little Red Hen and the Grains of Wheat

Retold by L.R.Hen

Illustrated by Jago

Mantra Lingua

Isang araw, naglalakad ang Munting Pulang Inahin sa bakuran ng lupang sakahan nang makakita siya ng ilang butil ng trigo.
Naisip niya, "Kaya kong itanim ang trigong ito. Pero mangangailangan ako ng tulong."

One day Little Red Hen was walking across the farmyard when she found some grains of wheat.
"I can plant this wheat," she thought. "But I'm going to need some help."

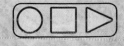

Tinawag ng Munting Pulang Inahin ang ibang mga hayop sa sakahan:
"Sino sa inyo ang maaaring tumulong sa akin na itanim itong trigo?"
"Hindi ako," ang sabi ng pusa, "May ginagawa ako."
"Hindi ako," ang sabi ng aso, "May ginagawa ako."
"Hindi ako," ang sabi ng gansa, "May ginagawa ako."

Little Red Hen called out to the other animals on the farm:
"Will anyone help me plant this wheat?"
"Not I," said the cat, "I'm too busy."
"Not I," said the dog, "I'm too busy."
"Not I," said the goose, "I'm too busy."

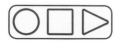

"Kung gayon, ako na lang mag-isa ang gagawa nito," ang sabi ng Munting Pulang Inahin.
Kinuha niya ang mga butil ng trigo at itinanim ang mga ito.

"Then I shall do it all by myself," said Little Red Hen.
She took the grains of wheat and planted them.

Umulan ang mga ulap at sumikat ang araw. Ang trigo ay lumaking matatag at mataas at ginintuan.
Isang araw, nakita ng Munting Pulang Inahin na ang trigo ay hinog na. Ngayon ay maaari na itong gapasin.

The clouds rained and the sun shone. The wheat grew strong and tall and golden.
One day Little Red Hen saw that the wheat was ripe. Now it was ready to cut.

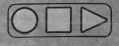

Tinawag ng Munting Pulang Inahin ang ibang mga hayop:
"Sino sa inyo ang maaaring tumulong sa akin na gapasin itong trigo?"
"Hindi ako," ang sabi ng pusa, "May ginagawa ako."
"Hindi ako," ang sabi ng aso, "May ginagawa ako."
"Hindi ako," ang sabi ng gansa, "May ginagawa ako."

Little Red Hen called out to the other animals:
"Will anyone help me cut the wheat?"
"Not I," said the cat, "I'm too busy."
"Not I," said the dog, "I'm too busy."
"Not I," said the goose, "I'm too busy."

"Kung gayon, ako na lang mag-isa ang gagawa nito," ang sabi ng Munting Pulang Inahin.
Kinuha niya ang karit at ginapas ang lahat ng trigo. Pagkatapos ay binigkis niya ang mga ito.

"Then I shall do it all by myself," said Little Red Hen.
She took a sickle and cut down all the wheat. Then she tied it into a bundle.

Ngayon ay maaari nang giikin ang trigo.
Dinala ng Munting Pulang Inahin ang bigkis
ng trigo sa bakuran ng lupang sakahan.

Now the wheat was ready to thresh.
Little Red Hen carried the bundle of wheat back to the farmyard.

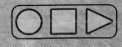

Tinawag ng Munting Pulang Inahin ang ibang mga hayop:
"Sino sa inyo ang maaaring tumulong sa akin na giikin itong trigo?"
"Hindi ako," ang sabi ng pusa, "May ginagawa ako."
"Hindi ako," ang sabi ng aso, "May ginagawa ako."
"Hindi ako," ang sabi ng gansa, "May ginagawa ako."

Little Red Hen called out to the other animals:
"Will anyone help me thresh the wheat?"
"Not I," said the cat, "I'm too busy."
"Not I," said the dog, "I'm too busy."
"Not I," said the goose, "I'm too busy."

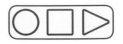

"Kung gayon, ako na lang mag-isa ang gagawa nito!" ang sabi ng Munting Pulang Inahin.

"Then I shall do it all by myself!" said Little Red Hen.

Buong araw siyang naggiik ng trigo. Nang matapos na siya, inilagay niya ito sa kanyang kariton.

She threshed the wheat all day long. When she had finished she put it into her cart.

Ngayon ay maaari nang gilingin ang trigo para maging harina. Nguni't pagod na pagod na ang Munting Pulang Inahin, kaya't nagtungo siya sa kamalig kung saan nakatulog siya kaagad nang mahimbing.

Now the wheat was ready to grind into flour. But Little Red Hen was very tired so she went to the barn where she soon fell fast asleep.

Kinaumagahan, tinawag ng Munting Pulang Inahin
ang ibang mga hayop:
"Sino sa inyo ang maaaring tumulong sa akin na
dalahin itong trigo sa gilingan?"
"Hindi ako," ang sabi ng pusa, "May ginagawa ako."
"Hindi ako," ang sabi ng aso, "May ginagawa ako."
"Hindi ako," ang sabi ng gansa, "May ginagawa ako."

The next morning Little Red Hen called out to the
other animals:
"Will anyone help me take the wheat to the mill?"
"Not I," said the cat, "I'm too busy."
"Not I," said the dog, "I'm too busy."
"Not I," said the goose, "I'm too busy."

"Kung gayon, ako na lang mag-isa ang magdadala nito!"
ang sabi ng Munting Pulang Inahin.
Pinagulong niya ang kanyang karitong puno ng trigo,
hanggang sa makarating siya sa gilingan.

"Then I shall go all by myself!" said Little Red Hen.
She pulled her cart full of wheat and wheeled it all the way to the mill.

Kinuha ng manggigiling ang trigo at giniling ito para maging harina.
Ngayon ay maaari na itong gawing tinapay.

The miller took the wheat and ground it into flour.
Now it was ready to make a loaf of bread.

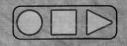

Tinawag ng Munting Pulang Inahin ang ibang mga hayop:
"Sino sa inyo ang maaaring tumulong sa akin na dalahin itong harina sa panadero?"
"Hindi ako," ang sabi ng pusa, "May ginagawa ako."
"Hindi ako," ang sabi ng aso, "May ginagawa ako."
"Hindi ako," ang sabi ng gansa, "May ginagawa ako."

Little Red Hen called out to the other animals:
"Will anyone help me take this flour to the baker?"
"Not I," said the cat, "I'm too busy."
"Not I," said the dog, "I'm too busy."
"Not I," said the goose, "I'm too busy."

"Kung gayon, ako na lang mag-isa ang magdadala nito!" ang sabi ng Munting Pulang Inahin. Dinala niya ang mabigat na sako ng harina, hanggang sa makarating siya sa panaderya.

"Then I shall go all by myself!" said Little Red Hen. She took the heavy sack of flour all the way to the bakery.

Kinuha ng panadero ang harina at hinaluan ito ng pampaalsa, tubig, asukal at asin.
Inilagay niya ang minasang harina sa hurno upang ihurno ito.
Nang mahurno na ang tinapay, ibinigay niya ito sa Munting Pulang Inahin.

The baker took the flour and added some yeast, water, sugar and salt.
He put the dough in the oven and baked it.
When the bread was ready he gave it to Little Red Hen.

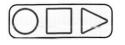

Dinala ng Munting Pulang Inahin ang bagong-hurnong tinapay pabalik sa bakuran ng lupang sakahan.

Little Red Hen carried the freshly baked bread all the way back to the farmyard.

Tinawag ng Munting Pulang Inahin ang ibang mga hayop:
"Sino sa inyo ang maaaring tumulong sa akin na kainin itong
masarap at bagong-hurnong tinapay?"

Little Red Hen called out to the other animals:
"Will anyone help me eat this tasty fresh bread?"

"Ako," ang sabi ng aso, "Wala akong ginagawa."

"I will," said the dog, "I'm not busy."

"Ako," ang sabi ng gansa, "Wala akong ginagawa."

"I will," said the goose, "I'm not busy."

"Ako," ang sabi ng pusa, "Wala akong ginagawa."

"I will," said the cat, "I'm not busy."

"Oh, pag-iisipan ko muna ang bagay na 'yan!" ang sabi ng Munting Pulang Inahin.

"Oh, I'll have to think about that!" said Little Red Hen.

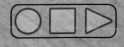

Inanyayahan ng Munting Pulang Inahin ang manggigiling at ang panadero na pagsaluhan ang kanyang masarap na tinapay habang ang lahat ng tatlong hayop ay nakatingin lamang.

The Little Red Hen invited the miller and the baker to share her delicious bread while the three other animals all looked on.

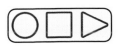

Key words

little	munti	clouds	mga ulap
red	pula	rain	ulan
hen	inahin	sun	araw
farmyard	bakuran ng lupang sakahan	ripe	hinog
farm	sakahan	plant	itanim
goose	gansa	cut	gapasin
dog	aso	sickle	karit
cat	pusa	bundle	bigkis
wheat	trigo	thresh	giikin
busy	may ginagawa	grind	gilingin

talasalitaan

flour	harina	tasty	malinamnam
the mill	ang gilingan	fresh	bagong-hurno
miller	manggigiling	delicious	masarap
ground	giniling	all	lahat
bread	tinapay	she	siya
baker	panadero	he	siya
yeast	pampaalsa		
water	tubig		
sugar	asukal		
salt	asin		

First published in 2005 by Mantra Lingua
Global House, 303 Ballards Lane
London N12 8NP
www.mantralingua.com